Thực Hành Nhỏ Dành Cho Những Nhà Thần Học Trẻ

Helmut Thielicke

Lời giới thiệu:
Martin E. Marty

English edition translated from the German edition entitled *Kleines Exerzitium für Theologen*, © *Agentur des Rauhen Hauses, Hamburg, Germany, 1959.*

Vietnamese edition published by arrangement with William B. Eerdmans Publishing Company, Grand Rapids, Michigan, USA.

Vietnamese translation © 2016 by reSource Leadership International.

Thực Hành Nhỏ Dành Cho Những Nhà Thần Học Trẻ

Tác giả: Helmut Thielicke

Bản dịch tiếng Anh: Charles L. Taylor

Bản dịch tiếng Việt: Nguyễn Thị Kim Sương

Trình bày và Sửa bản in: Văn Phẩm Hạt Giống

Thiết kế bìa: Nguyễn Hiền Thư

Mã số ISBN (Canada): 978-0-9959447-1-8

Hình tác giả trên bìa sau: Bundesarchiv, B 145 Bild-F041435-0032/ Engelbert Reineke/CC-BY-SA 3.0, trên trang Wikimedia Commons (https://commons.wikimedia.org/wiki/File:Bundesarchiv_B_145_ Bild-F041435-0032,_Hamburg,_CDU-Bundesparteitag,_Thielicke. jpg?uselang=en-gb)

Mục Lục

Lời Giới Thiệu

Nếu được, bạn hãy xem cuốn sách nhỏ này là một tấm thiệp chào mừng. Nó có thể được dùng để đáp ứng mục đích đầu tiên này một cách tốt nhất: là *bon voyage*, một lời chúc thượng lộ bình an cho những người bắt đầu dấn thân vào con đường nghiên cứu thần học. Cũng vậy, sách này cũng có thể dùng như một lời "chúc mừng kỷ niệm" dành cho một mục sư đang thi hành chức vụ với lòng khiêm nhường đủ để nhìn lại, tự lượng giá về những chủ đích của mình. Như vậy, nó có thể được dùng đến như một "lời chúc mạnh khỏe" là nơi có sự hy vọng dành cho một nhà thần học đầy triển vọng hoặc – trong trường hợp căn bản – một tấm thiệp chia sẻ dành cho một người đã hoàn toàn đánh mất sự thích thú và lời hứa của công tác thần học.

Trong phân đoạn trên, tôi viết về thuật ngữ "thần học" với ba cách diễn đạt khác nhau. Theo cách đó, từ ngữ này cẩn thận mô phỏng lại ý định của sách: tác giả trình bày ngôn ngữ khó hiểu của thần học bằng lối diễn đạt rõ ràng và sinh động. Nếu tập sách được dùng để chào đón một nhà thần học trẻ, chắc hẳn nó sẽ không bị lãng quên trong mớ kỷ vật của mình một cách nhanh chóng. Để bắt đầu nghiên cứu mọi khía cạnh ý nghĩa của nó, người ấy phải tra cứu nó hết lần này đến lần khác. Tác giả mong rằng những người mới bước vào lãnh vực thần học có thể nhận được những lời khuyên tốt lành từ đó.

Trước khi tiếp nhận lời khuyên, thông thường một người phải thẩm tra kỹ càng về khả năng của người tư vấn. Ông đang nói với thẩm quyền nào? Ông đang khuyên hay khéo léo áp đặt quan điểm của ông vào ý thức của tôi? Ông đang dùng giọng phán bảo hay khiêm nhường? Trong trường hợp này, ông có biết thần học là gì và có biết gì về những nhà thần học trẻ không?

Chúng ta có thể dè dặt về tính xác thực với một số người nào đó trong giới Cơ Đốc. Và có lẽ chúng ta còn dè dặt hơn với Helmut Thielicke. Ông khoác trên người những bộ áo khác nhau và chúng đều phù hợp với ông. Khi còn là Hiệu Trưởng của trường Đại Học Hamburg, ông phải mặc bộ vét-tông doanh nhân với vai trò người quản lý hành chánh trong môi trường phi Cơ Đốc – như cách ông gọi mình được đề cập trong sách này – cũng như trong trang phục giáo sư viện trưởng tương ứng với vị thế của ông. Với tư cách là nhà thần học thực hành, ông có thể khoác bộ áo giáo sư để sắp đặt môi trường phù hợp cho phần giảng dạy của ông về đạo đức Cơ Đốc. Hầu hết độc giả đều nhớ đến ông rõ nhất với vai trò diễn giả: một số người liệt ông vào danh sách những diễn giả vĩ đại nhất thế giới ngày nay. Theo tin tức trên những trang bìa của tạp chí Đức chứng thực, ông nổi tiếng vì làm cho một hội thánh lớn trong thành phố "thế tục hóa" Hamburg đầy ắp người ngồi hai lần trong tuần. Những bài giảng của ông được chuyển ngữ và lưu thành nhiều tập.

Các Mục sư dùng một số trong đó làm tài liệu đọc nhằm nuôi dưỡng chính mình. Cuối cùng, chúng ta có thể hình dung ông trong vai trò của một nhà du hành thế giới hoặc một người kể chuyện trong trang phục thoải mái. Ông luôn tự nhiên trong tất cả những vai trò đó; mỗi vai trò trang bị ông cho từng giọng điệu mà ông sử dụng trong cuốn sách này.

Là một học giả, một người sôi nổi và có lòng quan tâm, Thielicke được nhiều thính giả tin tưởng. Trong sách này, những điều ông nói với các nhà thần học trẻ, mà theo một số người, là những điều sắc bén nhưng cũng đầy ân điển và sự chữa lành. Chắc chắn là trong tầm hoạt động của thần học Lục Địa (Châu Âu) có những nhà thần học sắc sảo hơn ông. Chắc chắn là trên bề mặt cuộc sống hội thánh thực hành tại Mỹ có những người điều hành hành chánh giỏi hơn ông. Nhưng rất ít đồng lao của ông nhắm vào nhu cầu tổng hợp giữa học thuật tầm cao và sự thấm nhuần thực tiễn trong công tác mục vụ. Tổng hợp là nhu cầu cấp thiết tại Âu châu ngày nay và tôi chắc rằng từ một khía cạnh khác, nó cũng được chào đón tương tự như vậy tại Tây bán cầu.

Thielicke sinh năm 1908, theo đuổi ngành giáo dục thần học bao la và sâu sắc theo thông lệ của Đức, trải qua thời kỳ khủng hoảng cá nhân vào thập niên 1930. Sau đó, sự nghiệp của ông đơm hoa, ông từng bị thử thách bởi sự khủng bố của Chủ Nghĩa Quốc Xã (National Socialism). Ông giành được một quyền mới, quyền ngôn luận qua việc chống lại Chủ Nghĩa Quốc Xã. Từ Thế Chiến II trở đi, ông trở nên nổi bật. Các nhà thần học hoặc các mục sư có kinh nghiệm có trên tay sách này chắc hẳn cũng đã có trên kệ sách của mình một vài đầu sách liên quan đến những lãnh vực mà ông quan tâm: *Between God and Satan* (tạm dịch: *Giữa Đức Chúa Trời và Sa-tan*), *The Silence of God* (Tạm dịch: *Sự Yên lặng của Đức Chúa Trời*), *Our Heavenly Father* (Tạm dịch: *Cha Thiên Thượng*), *The Waithing Father* (Tạm dịch: *Người Cha Chờ Đợi*), *How the World Began* (Tạm dịch: *Cách Thế Giới Khởi Sự*), *Christ and the Meaning of Life* (Tạm dịch: *Đấng Christ và Ý Nghĩa Cuộc Sống*, *Nihilism* (Tạm dịch: *Thuyết Hư Vô*) hoặc đáp ứng mang tính sâu sắc của ông cho Rudolf Bultmann. Một người mới đến với thần học sẽ nhanh chóng sở hữu và nghiên cứu chúng cũng như học cách cày xới qua bộ *Ethics* đồ sộ của ông bằng tiếng Đức (hoặc học kiên nhẫn chờ đợi bản dịch). Tốc độ Thielicke viết sách có thể nhanh ngang bằng tốc độ đọc của một số người trong chúng ta.

Giọng văn tiểu sử trong những trang đầu này không nhằm gây khó khăn cho tác giả, nhưng để làm nổi bật những đức hạnh đặc thù mà ông kết hợp được thật hiếm có, hết sức cấp thiết và vô cùng thiết yếu cho công tác trước mắt ông: đưa ra lời khuyên. Tôi không muốn tạo ra cảm giác rằng đối với ông thần học có vẻ như là một nhiệm vụ quan trọng hơn cả về mặt tri thức lẫn đạo đức. Bạn sẽ thấy một mặt ông định nghĩa nó là "sự suy ngẫm", mặt khác ông xem đó là "bổn phận". Tác phẩm của ông bày tỏ tính kiên định bên trong cho thấy nhiều diễn đạt của Thielicke bắt nguồn từ một nguồn có sức lan toả mạnh mẽ.

Tất nhiên, đồng hành với những vốn quý của tác giả là những trách nhiệm cụ thể. Phong cách áp đảo của ông đôi khi che mờ giá trị của những quan điểm khác. Ví dụ, ý thức Cơ Đốc của ông nhanh chóng áp đảo người theo chủ nghĩa hư vô theo cách hiểu của ông về họ trong sách về thuyết hư vô của ông. Hoặc, một lần nữa, một người có thể đọc bài giải kinh của ông về một ẩn dụ trong Kinh thánh và kinh sợ về điều đó. Sau đó, khi tra cứu bản văn và vài bản khác nhằm tìm hiểu ý nghĩa của nó một cách cẩn thận (như trong bản của Joachim Jeremias hoặc Charles H. Dodd), sinh viên có thể được thuyết phục rằng "theo một cách khoa học" những người khác có lẽ trung thành với câu chuyện ẩn dụ hơn. Trực giác và ý thức của Thielicke rất đa sắc đến nỗi những mức độ về mối liên quan và tính chính xác khác có thể bị tổn hại. Bạn có thể hỏi, "Sao lại chê trách Thielicke về tính mãnh liệt trong những phân tích và diễn đạt của ông?" Dầu sao, một người có tính kiên quyết và ăn nói dõng dạc thường có lợi thế hơn nhiều so với những người đem những nguyên tắc thần học vào nhiệm vụ của họ một cách yên tĩnh hơn. Độc giả có thể tự mình tra xét; độc giả có thể ghi chú và lý luận. Một quyển sách mang tính cách khuyên lơn cần phải đi theo lối đó.

Tiến sĩ Thielicke gọi đây là "Thực Hành Nhỏ dành cho những Nhà Thần Học"; trong đó ông nói về việc ông được giao nhiệm vụ mở đầu một hội nghị chuyên đề theo cách riêng của ông. Tôi tin chắc rằng nhà xuất bản biết rõ tác phẩm này mang đậm tính cá nhân. Họ vẫn giữ lại những tham chiếu mà có thể ít có ý nghĩa với thính giả khác so với thính giả nguyên thủy. Nhưng nhờ đó, chúng ta có được cảm giác nghe lỏm một buổi dạy mà chúng ta muốn được tham dự. Điều này cất đi cảm giác rằng tại đây chúng ta được nhận lời khuyên vu vơ. Khi đặt tên là "thực hành" Thielicke có ý định theo mô hình trong cuốn *Spiritual Exercises* của Loyola và những sách kỷ luật cá nhân Cơ Đốc khác. Đó là cách mà tôi muốn mô tả sách này: đây là một bài học về kỷ luật cá nhân mang tính thần học. Nó có thể chỉ là một "thực hành nhỏ" trong một lãnh vực hết sức thâm thúy; nó có thể là *Eine kleine Nachtmusuk* (Tiểu Dạ Khúc), hoặc một nốt nhạc uyển chuyển bên cạnh *De Profundis* (Thánh Vịnh) của thư viện thần học, một nét phác họa được lưu lại tại chân của bức tranh tường. Nhưng trong cách khiêm tốn của nó, sách có thể truyền đạt cách tổng thể. Một "lời nói nhỏ" thì thầm trong một vở diễn trên sân khấu có thể có vai trò như một ngọn gió nhẹ lướt khắp mọi hướng. Đây là lời thì thầm của Thielicke với thính giả thần học.

Một cám dỗ thường đến với người giới thiệu sách đó là nói trước hoặc lặp lại nội dung của sách. Thay vào đó, tôi muốn làm ngược lại bằng lập luận của sách. Liệu Cơ Đốc nhân, là người sẽ trở thành một nhà thần học có gặp phải những vấn đề tương tự như những người được nêu ra ở đây không? Người ta từng nói, tại Lục Địa châu Âu nhà thần học sống trong tháp ngà hơn so với những nhà thần học tại Mỹ; nhà chính trị ít hoạt động chính trị; thần học ít liên hệ đến đời sống của hội thánh nhưng với kỷ luật lại mang tính nghiêm khắc, khoa học và đáng trọng hơn. Trong lĩnh vực truyền giáo, phục vụ, mục vụ chăm sóc, quản trị thì những người tại hội thánh ở Mỹ lại dẫn đầu.

Nhưng bức tranh thông lệ này đang thay đổi. Các nhà thần học Đức đã san bằng các ngọn tháp của họ bằng lời kêu gọi dũng cảm trong thời đại của Hitler, và họ không được phép quay đầu bởi thách thức liên quan đến đức tin cho một thế giới bị thế tục hóa sau chiến tranh. Trong khi đó, mục sư tại châu Âu đã phải làm việc hết sức để thu hút, để giữ và chăn bầy chiên của mình.

Tại Mỹ, nhà thần học sau chiến tranh cũng có nhiệm vụ tương tự. Ông không chỉ nói với nhà thần học nhưng còn nói với "người ngoài" nữa. Mục sư thực hành có thể dễ dàng hơn – ít ra là thuộc bề mặt – so với người đồng sự tại Lục Địa, là những người không kinh nghiệm cuộc phục hưng tôn giáo hậu chiến tranh. Tuy nhiên, đã đến lúc chúng ta phải nói về những mức độ khác nhau, chứ không phải về thứ loại khác nhau, giữa chủ đích của những nhà thần học và của các mục sư chăn bầy trên cả đôi bờ của Đại Tây Dương.

Dù sức ép có được giảm bớt, thì mối bất hòa đáng tiếc giữa các dự án thần học và kế hoạch chính trị, giữa những cộng đồng và những người hỗ trợ cho những cộng đồng ấy vẫn tồn tại. Hiếm khi hội chúng không chuyên môn nhận ra hoặc tin tưởng giá trị của thần học hàn lâm. Hiếm khi những nhà thần học hàn lâm lại cảm thông với những mục sư bình dân. Ngày nay Cơ Đốc giáo chấp nhận những ân tứ khác nhau trong cùng Thánh Linh. Một số những ân tứ này phải được thừa nhận và được khích lệ trong cùng một nhóm người. Thielicke lập luận rằng mỗi người phục vụ Đức Chúa Giê-xu Christ phải vừa là nhà thần học được rèn luyện vừa là một mục sư thực hành. Đó là một mối quan tâm khác trong tập sách thực hành nhỏ của ông.

Không dựa vào dàn ý của Thielicke, tôi đã cố suy nghĩ xem điều gì là kẻ thù của thần học tại Mỹ. Đầu tiên là sự vô tín tràn vào giữa vòng hội thánh theo cách của nó. Nó cổ xúy cho ý tưởng tránh xa thần học, ý tưởng cho rằng: đức tin Cơ Đốc không thể vượt qua những bài kiểm tra mang tính tri thức; vì thế hãy cứ bận rộn, đừng để sự xác quyết Cơ Đốc tác động đến việc phân tích và nghiên cứu, có như thế thì nó mới tồn tại được. Thứ hai là sự thờ ơ lãnh đạm hoặc thiếu trí tưởng tượng tác động đến nhiều công tác chủ yếu của hội thánh. Nếu điều gì đó dường như không có ảnh hưởng tức thì đến những điều đang diễn ra trong những bức tường đồn lũy hội thánh của tôi, trong giới hạn của giáo hạt của tôi, thường thì tôi không quan tâm đến. Vẫn còn một kẻ thù khác là sự thần tượng hóa "nhà hành động" đối kháng lại "nhà tư tưởng." Bằng cách nào đó Big-time Operator hoặc Good Joe xây nhiều tòa nhà hơn, gây quỹ được nhiều hơn, giảng những bài giảng ầm ĩ hơn so với người thợ thủ công cần mẫn là người nghiền ngẫm Kinh Thánh Tân Ước tiếng Hy Lạp. Đó là một hệ quả nhỏ của một số điều mà người đó góp phần cho sự phân cách lớn hơn giữa Đấng Christ và ý nghĩa đời sống, giữa đức tin và những chân lý khác. Một khi khói động cơ của anh vẫn phụt ra và tiếp tục lăn bánh, thì mọi việc vẫn ổn. Cuối cùng, có sự tồn tại của chủ nghĩa bài tri thức (anti-intellectualism) trong tôn giáo tại Mỹ, một di sản có được từ thế kỷ mười chín liên quan đến tấm lòng nóng cháy và nhiệt huyết dành cho Đức Chúa Trời; hoặc có thể nói chủ nghĩa bài tri thức là một sản phẩm phụ của tôn giáo của thế kỷ hai mươi được khái quát hóa với thuyết tương đối.

Bất kỳ ai muốn thi hành mục vụ tại Mỹ và áp dụng nguyên tắc của Thielicke, sẽ phải thông cảm cho kẻ thù của thần học. Có nhiều lý do cho sự không tin tưởng, thứ nhất là sự thất vọng nảy sinh bởi những giới hạn của nó. Thần học không thể giải tỏ hết mọi thứ. Thần học không thể trả lời cho những điều chưa được bày tỏ rõ ràng ("Nguồn gốc bản thể của điều ác là gì?" ...). Đôi khi những luận điệu sai trật làm cho người tri thức xa lánh những Cơ Đốc nhân mộ đạo. Eunomius, Giám Mục tại Cyzicus vào thế kỷ thứ tư ("Tôi biết Đức Chúa Trời cũng như Ngài biết chính Ngài"), thường được xem như là thánh, cha để của các nhà thần học. Nhóm từ La-tinh nổi tiếng *odium theologicum* (nghĩa đen: sự căm ghét thần học), chỉ về nỗi tức giận của những người hẹp hòi, là những người quá quan tâm đến những vấn đề trọng đại, khi có những tranh chấp về thần học nảy sinh, là nan đề ai cũng biết. Khuynh hướng tách biệt bản thân ra khỏi đời sống hội thánh và những mối quan tâm cụ thể thường tiêu biểu cho giới nhân sự và những mục sư giáo sở của nhóm người hoạt động xã hội đã làm cho niềm tin Cơ Đốc bị hiểu sai một cách thê thảm. Sự thật rằng các nhà thần học thay đổi quan điểm khi họ học hỏi, kinh nghiệm nhiều hơn đôi khi dẫn đến sự vô tín, mặc dù lẽ ra không nên như thế: chân lý trọn vẹn chỉ thuộc về một mình Đức Chúa Trời. Rõ ràng, hầu hết những lỗi lầm bị chỉ trích là những từ chuyên môn, chữ tắt, biệt ngữ được hình thành bởi các nhà thần học. Chúng ta tiếp nhận những thuật ngữ chuyên môn trong y khoa (ai lại muốn bị đau bao tử?), trong khoa học (đâu là nơi mà bất cứ trẻ em nào cũng có thể khạc ra "tên lửa đạn xuyên lục địa"), nhưng chúng ta lại hồ nghi những thuật ngữ đề cập đến Phúc Âm đơn sơ. Thielicke có những lời khôn ngoan về vấn đề này.

Bất chấp những kẻ thù của thần học, bất chấp những lý do chính đáng cho sự hồ nghi của họ, thần học vẫn là điều cần thiết cho hội thánh. Chúng ta có lời ủy nhiệm: ngươi hãy yêu mến Chúa với "hết cả tâm trí". Chúng ta vẫn đang sống trong một thế giới luôn thay đổi, luôn đưa ra những vấn nạn mới, những thắc mắc căn bản mới về ngôn ngữ và ý nghĩa. Liệu một người sẽ dựng một bờ rào nhỏ bé hay một bức tường cao bao quanh đức tin, hay anh ta sẽ liên kết nó với những câu hỏi quan trọng hơn? Nhiệm vụ của thần học có một bản chất nội tại: chiều sâu đòi hỏi chứng thực. Chắc chắn sẽ có một nền thần học: nhưng đó là thần học tốt hay xấu, có ý thức hay không ý thức, có trật tự hay lan man khó hiểu?

Bất kỳ ai quan tâm đến bối cảnh của những nan đề trên tại Mỹ sẽ đón nhận lời khuyên này của Thielicke. Hiện tại, chúng ta đang ở trong hiểm họa của việc cho phép phong bì lớn hơn tấm thiệp chúc mừng, hoặc làm lộn xộn sân khấu bằng đủ thứ đạo cụ là nơi vở diễn lẽ ra phải bắt đầu. Thật khó mà chống lại sự cám dỗ của những cuộc đối thoại kéo dài. Những vấn đề thực hành tâm linh đòi hỏi sự đáp ứng, tranh luận, cam kết. Nếu chúng đánh thức những cám dỗ tương tự trong tâm trí của những độc giả khác, dù họ có phải là nhà thần học hay không, già hay trẻ, thì cuốn sách này cũng sẽ phục vụ cho mục đích của nó.

Martin E. Marty

Chicago, Illinois

Chương 1

Hiểu Biết Sơ Bộ
cùng Độc Giả

(Trước hết là với Sinh viên tại lớp)

Johann Tobias Beck, vị giáo sư cao tuổi tại Tübingen, thỉnh thoảng thường chen những chuyện bên lề vào trong những bài lên lớp của ông, bằng cách đó ông chuyển bục giảng thành tòa giảng. Theo quan điểm của tôi, những điều tương tự như thế không thể làm tổn hại giáo viên và sinh viên chúng ta ngày nay. Như thường lệ, bây giờ tôi đang thử đi lan man như thế. Độc giả sẽ rộng lượng hiểu sự việc này và khoan dung cho nó, bởi vì những *obiter dicta* (lời bàn thêm, lời nhân tiện nói thêm) này, về cả hình thức lẫn nội dung, đều rất sắc bén để phân biệt với phong cách và vấn đề của những bài dạy chính thức trong thần học. Lưu ý rằng những câu nói ra ngoài đề như thế nhất thiết phải được nói trong sự cảnh giác, trong khi bài dạy chính không thể bỏ qua tính chặt chẽ theo cách thức của nó, cũng không được bỏ qua những rào chắn an toàn của nó.

Tôi tin rằng, đôi khi tôi phải thấy và nghe thính giả của tôi không phải chỉ với tư cách là những sinh viên nhưng còn là những linh hồn được giao phó cho tôi. Và linh hồn của sinh viên thần học này đang ở trong mối hiểm họa lớn, không đơn thuần là ngày nay, nhưng có lẽ đặc biệt là ngày nay. Đây là vấn đề chính của những điều được viết sau đây.

Trong những sự suy ngẫm của một mục sư thực hành có lẽ không chỉ là ôn lại những ký ức – mặc dù chắc chắn ông sẽ làm điều đó – nhưng có thể ông cảm thấy rằng mình cũng đã chạm đến những phạm trù thần học cụ thể đã được xác định, giống như tôi, trong bất kỳ trường hợp nào, cũng đã từng như thế. Bên ngoài tầm nhìn của một giáo sư, có thể lắm người anh em thực hành trong mục vụ của mình tìm thấy những điều đáng lưu ý cho lời giải thích, hoặc làm sáng tỏ, về cách cư xử kỳ lạ của một sinh viên thần học hoặc của một người phụ tá không có kinh nghiệm. Vì thế, ông ta hiểu điều theo sau như là một loại báo cáo nhỏ về những điều đang xảy ra ngày nay trong những sảnh đường thần học của chúng ta. Nhưng có lẽ nó cũng sẽ phải áp dụng cho chính ông nữa, và xuyên thấu vào trong những khuôn khổ hạn chế của sự học hỏi của ông.

Một chuyện cũ rích chúng ta thường nghe, và nhiều lần chúng ta đã nói rõ, đó là thần học phải liên quan đến đời sống. Đúng thế, trong khóa học thần học của chúng ta, thật bình thường khi bắt đầu với một sự suy ngẫm xem những sự việc đi đôi với đời sống Cơ Đốc chúng ta như thế nào, và suy ngẫm xem đời sống ấy đi đúng đường của sự nghiên cứu thần học ra sao – không chỉ là đi đúng, nhưng làm thế nào để đi sâu hơn, phong phú hơn và kết quả hơn.

Xin hãy xem tập sách nhỏ này như một phần thực hành tâm linh nhỏ mà tôi muốn mở đầu cho khóa học thần học, và nó chiếm một vị trí trong thần học như một điều tương tự với tĩnh nguyện tâm linh và cầu nguyện mà Anselm đặt tại phần mở đầu nghiên cứu của ông trong sách *Prologue*.

Chương 2

Mối Băn Khoăn của Cơ Đốc Nhân Bình Thường về Thần Học

Rudolf Otto từng nói rằng Đấng Thánh không những quyến rũ nhưng cũng đáng sợ (vừa *numen tremendum* vừa *numen fascinosum*). Rõ ràng câu nói đó cũng có thể được dùng để nói như về thần học: đối với nhiều người, thần học cũng đáng sợ.

Cơ Đốc nhân bình thường của một hội chúng sống – tương ứng thuộc linh với cái gọi là người trên đường phố - sợ thần học vì một vài lý do khác nhau. Có lẽ một sinh viên thần học, là người chưa từng được cảnh báo rõ ràng và dứt khoát bởi một người tin kính, khó có thể cưỡng lại việc tiếp cận Kinh Thánh cách đáng ngờ bằng những công cụ khoa học, cưỡng lại tất cả "những câu hỏi nghi ngờ," và cưỡng lại việc gieo mình vào trong các vòi của con bạch tuộc thích đọc linh tinh đủ loại sách, một giáo sư vô tín. Ở đây tôi chỉ cần gợi lại ký ức của bạn. Gốc rễ của những lời cảnh báo này là gì, những nỗi lo lắng về sự tĩnh lặng trên đất này cứ làm vướng bận chúng ta mãi sao?

Cơ Đốc nhân bình thường không muốn đào sâu những câu hỏi như vì sao Lời của Đức Chúa Trời phải được tiếp cận bằng bất kỳ chiều hướng nào chứ không phải chỉ bằng đức tin đơn sơ nhất, không cần tựa vào cây nạng tri thức – không cần đến sự kiêu ngạo của đời – nói cách khác, sao lại cần đến một loại vũ khí "phụ trợ" thêm cho đức tin. Trong chương trình học thần học, câu hỏi này được nêu lên càng sớm chừng nào thì càng dễ mỉm cười với những phản đối ngờ nghệch này chừng ấy, và sinh viên càng dễ dàng hơn trong việc tự hào nhận diện mình là một thành viên của nhóm bí truyền của những người được khai tâm. Anh ta có thể cảm nhận rằng Cơ Đốc nhân bình thường chỉ đơn giản không hiểu một số điều, ví dụ như, những câu hỏi nghiên cứu phê bình lịch sử về Kinh Thánh, và vì vậy họ không thể giải thích được chúng. Tuy nhiên, nếu nhà thần học không xem trọng những ý kiến chống đối này của cô thợ giặt bình thường và người làm công ăn lương theo giờ, và rồi anh ta nghĩ – anh ta khó bày tỏ theo cách này – rằng giai cấp vô sản thuộc linh không nhận thức ra những câu hỏi tinh tế và chẳng có gì để làm với chúng – đó chỉ là cách của những người thuộc nhóm bí truyền – chắc chắn có điều gì đó không đúng với thần học.

Nói tóm lại, nếu những người gọi là hội chúng bình thường có điều gì nghi ngờ về thần học, thì chủ nghĩa hoài nghi này chẳng có gì khác hơn là ngờ nghệch. Chắc chắn điều này được ủng hộ bởi những lập luận rút ra từ nguyên tắc và từ kinh nghiệm. Và bởi vì những nhà thần học như chúng ta đều phải đối mặt với vấn đề này – vì cho tới lúc này, chúng ta đã xác định mình là những nhà thần học chân chính, chúng ta suy nghĩ từ giữa vòng cộng đồng dân của Đức Chúa Trời, và cho chính cộng đồng ấy; - tôi sẽ nói thế nào đây? - chúng ta suy nghĩ với tư cách là một phần của cộng đồng ấy – và bởi vì cộng đồng này có liên quan trực tiếp tới sức khỏe thuộc linh của chúng ta, nên tôi muốn khảo sát ngắn gọn về vấn đề này.

Chương 3

Kinh Nghiệm Không Vui về Sự Trở Về của Một Nhà Thần Học

Tôi đã nói rằng những người đơn sơ trong hội thánh có thể sử dụng những lập luận rút ra từ kinh nghiệm và từ nguyên tắc. Trước hết, chúng ta đề cập đến những lập luận từ *kinh nghiệm*.

Để tạo ấn tượng với bạn về vấn đề đang được xem xét này, tôi phải vẽ nên một bức tranh về một sự kiện có vẻ như không quen thuộc với bạn. Ngoài ra vấn đề này sẽ được lặp lại với giọng điệu buồn bã trong nhiều biến tấu khác nhau. Đây là điều mà mục sư Wilhelm Busch, chuyên trách về thanh niên tại Essen, kể lại cho tôi theo cách của ông với vẻ khôi hài gượng gạo.

Hãy tưởng tượng cảnh một chàng thanh niên năng nổ, hoạt bát, có quan hệ tốt với nhóm thanh niên tại hội thánh của mình. Anh ta đã gặp Chúa Giê-xu Christ và bây giờ phải làm chứng về điều đó. Vì thế anh thường sẵn sàng để hướng dẫn giờ tĩnh nguyện, để làm việc này anh không nghiên cứu các sách giải kinh mặc dù anh cũng cẩn thận đọc các sách bồi linh có ích cho mục đích đó, và có lẽ anh cũng hỏi mục sư một hoặc hai câu hỏi. Phần còn lại, anh cầu nguyện xin Đức Chúa Trời ban cho anh sự hiểu biết đúng đắn về mọi điều và giữ anh đừng nói điều vô nghĩa.

Bất cứ điều gì đến từ một đức tin sống động thì tự nó sống động. Và vì thế các thanh niên trẻ rất được ấn tượng về anh. Ngoài ra, người lãnh đạo trẻ này rất vui về việc học thần học của mình, bởi vì anh ấp ủ niềm hy vọng rằng nó sẽ khiến anh đi sâu vào trong lời Kinh Thánh và soi sáng cho anh nhiều hơn về những điều mà hiện nay anh thấy tối nghĩa. Anh vui thích được dự phần vào sự kêu gọi mà qua đó việc chính của anh là được đụng chạm đến điều anh yêu thích. Ai mà không vui khi được sống theo điều mà lòng mình ước ao kia chứ!

Khi trở về nhà sau học kỳ thứ nhất, trong mắt của những bạn cũ thì anh đã thay đổi một cách đột ngột và kinh khủng. Khi một trong số họ, một thợ thủ công trẻ, hướng dẫn học Kinh Thánh với theo cách của một người không chuyên, thì anh ngồi yên một góc với cái miệng trễ xuống. Sau đó, khi chung đường về nhà, anh giải thích với người bạn về "khám phá mới nhất" có được từ những môn học về thần thoại, truyền thuyết, và lịch sử-hình thức - như một kẻ thích nói chuyện tầm phào đang bùng nổ về những tin tức mình mới nghe ngóng được.

Và ngay cả trước khi người bạn tỉnh trí lại sau cơn kinh hãi nhất thời, thì anh lại xếp loại người bạn này bằng hệ thống phân loại phẩm trật mà anh nhặt được trong hành lang giảng đường. Anh nói với người bạn chưa được học của mình: "Điều mà anh vừa nói thuộc loại 'tin kính điển hình,' hoặc 'chính thống điển hình,' hoặc có thể là thuộc 'giám lý'". Anh nói tiếp: "Bạn thuộc trường phái Osiander, là trường phái chưa nhận thức được đặc tính pháp lý của sự xưng công chính" – và với giọng bề trên, anh ta giải thích với người bạn bằng những từ ngữ xa lạ mà mình đã học. Đó là những sản phẩm phụ đáng ngờ của việc nghiên cứu khoa học của anh.

Khi anh về nhà sau học kỳ thứ ba – trong khi đó bạn của anh một lần nữa quá ngượng ngùng bắt đầu bài giải kinh ngờ nghệch của mình trong sự có mặt của người có đôi tai tri thức uyên thâm – nên anh ta được mời để xử trí một giờ học Kinh Thánh. Mọi ban hợp xướng nào cũng đều hết sức tò mò để xem một trong những thành viên của mình, là người đang được luyện giọng nam cao tại một trường âm nhạc, sẽ hát thế nào trong chuyến thăm nhà đầu tiên. Một sự thất vọng rất lớn: trong khi trình diễn với cường độ cao đến méo cả mặt và khoa tay múa chân đến toát mồ hôi chàng ca sĩ trẻ lại hát một giọng còn phô hơn cả khi anh còn ở nhà và đã hát như một ca sĩ phụ tại địa phương.

Để hình ảnh này qua một bên, điều này cũng đúng với chàng sinh viên thần học. Trong buổi phô diễn quan trọng về công cụ giải kinh và được bao bọc bởi dáng vẻ của người đã được khai tâm, anh trình bày những điều vô giá trị một cách cứng đơ và tẻ nhạt, và sức mạnh cơ bắp bên trong của chàng Cơ Đốc trẻ năng động bị vắt kiệt trong bộ giáp trang trọng của những ý tưởng trừu tượng. Nếu còn trông đợi điều gì khác hơn trong cuộc thảo luận sau đó, thì ở đây, anh ta thậm chí phát triển một tài năng kinh hoàng vì thọc những mũi kim của những ý tưởng gây tê liệt vào buổi thảo luận lý ra phải sinh động, tự do và dễ dàng.

Thật dễ hiểu khi nhiều hội thánh không được khích lệ gì qua những kinh nghiệm như thế để mà lập kho lớn chứa thần học được dạy tại trường đại học.

Chương 4

Sự Vỡ Giọng của Thần Học

Mục đích của tôi không phải để buộc tội chàng sinh viên thần học hoặc biếm họa về anh, mặc dù tôi thừa nhận tôi đã dùng giọng điệu khá sắc bén vì tính lập luận trong minh họa và tính ngắn gọn. Có hai lý do chúng ta nói điều này.

Thứ nhất, chúng ta đang giải quyết một hiện tượng khá tự nhiên của sự tăng trưởng. Tư tưởng thần học có thể và phải nắm chặt một người như một niềm đam mê. Nhưng sự tĩnh tâm nhiệt thành tức là phương cách để cho suy nghĩ và lời nói phù hợp với nhau lại được vay mượn trong vòng những phạm vi mà người ấy đang từng hoạt động.

Trong thần học chúng ta đang làm việc với hình thức mà qua đó sự suy ngẫm đem đến những kinh nghiệm thuộc linh, như chúng đã được phát triển qua hàng thế kỷ và đặc biệt bởi những nhân vật của lịch sử hội thánh. Một người hai mươi tuổi được dạy, nói, để suy nghĩ về những vấn đề khó hiểu về Ba Ngôi. Về các vấn đề này, trải qua nhiều thế kỷ, những cuộc chiến cay đắng nhất đã diễn ra kèm với cọc thiêu sống. Về những vấn đề này, các nhà lãnh đạo vĩ đại dồn hết tất cả sức lực tâm linh và để lại đằng sau họ những kinh nghiệm thuộc linh khá rõ ràng. Bạn có thể thấy rằng nhà thần học trẻ vẫn chưa trưởng thành đối với những giáo lý này trong sự tăng trưởng thuộc linh của chính mình, cho dù nếu anh ta hiểu khá tốt tính lô-gíc của hệ thống này – tức là, lớp vỏ của điều từng là thuộc linh, và quá trình diễn biến hợp pháp và lô-gíc, để mà nói về sự phát triển của nó trong lịch sử của giáo lý.

Vì thế, rõ ràng rằng về một phương diện nào đó, trong bất kỳ hoàn cảnh nào, những cuộc khủng hoảng nghiêm trọng phải nảy sinh. *Có một chỗ gián đoạn giữa phạm vi hoạt động của sự tăng trưởng thuộc linh thật sự của nhà thần học trẻ và điều anh biết về phạm vi hoạt động này.* Vì vậy có thể nói rằng, anh ta, giống như một cậu bé nông thôn, đã được mặc vào một cái quần đùi quá to trong khi đó anh ta phải trưởng thành như cách một người lớn lên với những cái quần dài của hệ thống giáo lý. Trong khi đó, những cái quần đùi này được mặc vào người cậu bé một cách lỏng lẻo. Và tất nhiên dáng vẻ buồn cười nhìn không đẹp chút nào.

Về mặt tâm linh chàng sinh viên trẻ này có lẽ đã bắt đầu nghi ngờ và, như một Cơ Đốc nhân cầu nguyện, biết qua thực hành rằng trong mọi lần chúng ta nổi loạn chống nghịch mạng lệnh của Đức Chúa Trời, chúng ta vẫn có thể vững tin sống trong sự tha thứ của Ngài và được tự do. Nhưng về mặt tri thức, anh ta đã bắt đầu suy nghĩ qua phép biện chứng của luật pháp và Phúc Âm và nghịch lý của Luther (*simul justus et pecator*) rằng con người đồng thời vừa là người công chính vừa là tội nhân. Biện chứng và nghịch lý là phương cách mà tư tưởng của một hội thánh tuân thủ luật pháp thắng hơn những sự va chạm tàn khốc nhất. Chúng là kết quả của những thất vọng lớn vẫn thường lặp đi lặp lại, của những mối lo âu khắc khoải và những giây phút tuyệt vời của sự an ủi.

Một người, đứng trong vị trí mô phỏng một bài dạy về Luther, hoặc có thể tự mình dạy, có lẽ không biết gì, hoặc hầu như không biết gì về tất cả những điều này, và thật khó *có thể* biết. Trong sách về Goethe, Gundolf có nói về một kinh nghiệm đơn thuần mang tính nhận thức có liên hệ đến những trường hợp tương tự như thế. Một số người chưa từng "trải qua" kinh nghiệm ban đầu, nhưng đã bị thay thế bằng "nhận thức" theo nghĩa ký thác văn chương hoặc tri thức bằng kinh nghiệm ban đầu mà người khác, như là của Luther, đã khám phá ra. Như vậy, người ấy sống theo cách "gián tiếp" (đồ cũ – đồ dùng lại).

Nhưng bởi vì loại nhận thức về tôn giáo hoặc tâm linh của người khác này có thể rất sống động và thậm chí nhiệt thành, nên nó dễ dàng sa vào tự kỷ ám thị, như thể người ấy đã từng kinh nghiệm và tự mình trải qua tất cả những điều đó. Anh ta sa vào *sự đồng nhất hóa* không hợp pháp với người khác. Nó có thể hoàn toàn bị mê mẩn tâm trí bởi những tư tưởng mạnh mẽ của chàng Luther trẻ trung và rồi rơi vào ảo giác rằng điều được "hiểu" theo cách này và tạo ra một ấn tượng như thế chính là đức tin chân thực. Trong thực tế, đó chỉ là một trường hợp của sự nhận thức và của việc trở thành nạn nhân bởi sức mê hoặc của kinh nghiệm thuộc về nhận thức. Trong chính đời sống của anh ta, trong đức tin của anh ta, chàng trai này vẫn chưa đi xa tới như vậy! Những nhà thần học trẻ biểu lộ những hệ quả của một tâm trí bị đánh lừa mà trong đó thực chất chẳng có gì cả.

Nói một cách bóng bẩy, học thần học thường tạo ra những người trẻ lớn quá khổ trong khi các cơ quan bên trong của họ vẫn chưa được phát triển tương ứng. Đây là một đặc tính của tuổi dậy thì. Có điều tương tự như thế về sự dậy thì trong thần học. Mỗi giáo viên đều biết rằng đây là vấn đề dấu hiệu của sự phát triển tự nhiên nên không quá phấn khích. Các hội thánh cũng cần hiểu điều đó và phải giải thích điều đó cho họ trong mọi cách có thể.

Thật là sai lầm đối với bất cứ người nào khi vừa mới ở trong giai đoạn này mà lại xuất hiện trước hội thánh như một giáo sư. Anh ta đã quá ngây thơ trong kiểu cách của người trẻ và giành lấy phần việc này theo đủ mọi cách. Anh ta vẫn chưa đủ trưởng thành để cho phép mình ghì mài chìm đắm trong chính đời sống mình và sản sinh ra sự tươi mới của chính đức tin của mình về những điều mà anh ta tưởng tượng ra bằng trí óc và là những điều có thể sử dụng được cho chính mình qua sự suy ngẫm. Tại đây chúng ta cần phải kiên nhẫn và chờ đợi. Vì những lý do mà tôi đã nêu ra tôi không khoan dung với những bài giảng của những sinh viên thần học trong học kỳ đầu là những người còn quấn tả trong áo choàng sinh viên. Người ấy phải có khả năng để giữ vững. Trong thời kỳ vỡ giọng chúng ta không nên hát, và trong thời kỳ định hình đời sống của một sinh viên thần học, anh ta không nên giảng.

Chương 5

Sự Kích Động Cuồng Dại đối với Những Khái Niệm Thần Học

Trong những buổi thảo luận tại trường nhiều người trong chúng ta đã từng quan sát thấy những sự kiện minh họa cho điều chúng ta vừa nói. Điều này không khác gì trong các trường đại học mà chúng ta đang nghĩ tới, cho dù đó là Göttingen, Heidelberg, Erlangen, Tübingen hoặc Hamburg. Ví dụ, một sinh viên y khoa trẻ có một câu hỏi mà anh ta nóng lòng muốn đặt ra trong buổi thảo luận sau giờ học Kinh Thánh. Trong khi rất muốn nói ra, bởi vì vừa thích thú vừa ngượng ngùng, nhịp tim anh ta đập nhanh. Cuối cùng, anh ta nắm chặt tay để kiềm nhịp đập trái tim, đứng lên, đặt câu hỏi và nói toạc ra một số lời phản đối mang tính phê bình.

Bây giờ bạn sẽ thấy các chàng "giáo sư" thần học trẻ cảm thấy như được triệu vào trong đấu trường như thế nào. Với những ngọn giáo chĩa xuống và tiếng lộp bộp của vó ngựa dồn dập, những đôi môi nghiến chặt, khó mà dồn nén tiếng gào thắng trận, họ bổ nhào xuống trên anh ta.

Rồi những từ ngữ chuyên môn lượn lờ quanh những giáo dân không hài lòng. Tiếng lộp bộp trút lên anh ta những từ ngữ như "truyền thống cộng quan," "nguyên tắc giải kinh," "nhận thức lai thế," "sự rút gọn của lời tiên tri về tiến độ thời gian," "thời gian ngay trước mắt," "mãi mãi," "chính thống và không chính thống," "sự giả định" và "hướng đến điều cuối cùng," đến nỗi anh vội vàng chạy trốn, một tay giơ lên che mặt, còn tay kia phất cờ trắng.

Và thế là họ dễ dàng cho rằng sự đình chiến, vì cớ thiếu sự trợ giúp này, là chiến thắng và họ đã thuyết phục được anh chàng kia. Nhưng trên thực tế, thay vì thu phục được anh ta, họ chỉ đơn thuần áp dụng một loại liệu pháp gây sốc – cuối cùng nó không bao giờ là "liệu pháp trị liệu." Họ đã dập tắt ngọn lửa nhỏ trong đời sống thuộc linh và câu hỏi ngượng ngùng đầu tiên của anh ta bằng bình chữa cháy được bọc bằng học thức uyên bác của họ. Với cách thực hiện như thế, một người có thể thực sự bị ngạt thở và chết ngộp!

Chàng sinh viên y khoa đã hết sức nghiêm túc. Bất cứ ai nghiêm túc theo bản năng đều phản ứng lại bằng sự nhạy cảm không bình thường. Và bản năng này khiến anh ta nói rất có lý: "Mặc dù số phận của tôi và cuộc đời tôi bị đóng trên cọc, những người này đã đến với tôi theo thói thường của họ. Tôi nhận thấy trong họ không có chút gì của sự sống hoặc những lẽ thật được học bằng kinh nghiệm. Tôi chỉ ngửi thấy mùi những xác chết của những ý tưởng không thực sự sống động. Tôi thà trở về với anh chàng ngoại đạo trẻ kém nguyên tắc cứng nhắc còn hơn. Cứ coi như là họ không có gì nhiều để nói với tôi, và một chút mà họ nói đó chắc cũng sai, ít ra điều này là thật. Tôi đã tìm kiếm một Cơ Đốc nhân mà qua đó tôi có thể nhận ra được ngọn lửa nhiệt thành. Nhưng tôi chỉ tìm thấy một đống tro tàn. Có thể cũng có sức nóng bên dưới, nhưng tôi không quen với nó nên tôi không thấy ngọn lửa bị chôn vùi đó."

Các bạn sinh viên thân mến, tôi biết rằng thật đau lòng khi tôi phải nói cách tàn nhẫn như thế và có lẽ đó là những từ ngữ cường điệu. Nhưng tôi phải cho các bạn thấy lời khuyên của tôi dành cho các bạn là nghiêm trọng nhường nào để bạn trước hết nên kiềm nén chính mình về những khái niệm thần học của các bạn. Chắc rằng có đôi điều khi nghĩ đến những buổi nhóm sinh viên tin kính sống động và ít bị bó buộc tại các trường cao đẳng và đại học không có ngành thần học. Bạn biết tôi đủ để biết rằng tôi không thắc mắc gì về giá trị của các khoa trong trường đại học – tôi tin hoàn toàn ngược lại – nhưng tôi chỉ đang bàn đến vấn đề của "tuổi dậy thì thần học."

Chương 6

Bệnh Lý Học
về Tính Tự Phụ
của Nhà Thần Học Trẻ

Về cơ bản, khi chúng ta đang bàn về điều tự nhiên nhất trong thế giới - điều mà không có lý do gì để bị kích động hơn nữa, nhìn vấn đề từ một góc cạnh khác, có thể là trên khán đài, như chúng ta đã mô tả từ đầu, nơi mà chàng sinh viên thần học năm thứ nhất về nhà - thì một số triệu chứng của chứng bệnh thật sự đang xuất hiện. Có thể thần học làm cho nhà thần học trẻ trở nên rỗng tuếch và nhóm lên trong anh ta một thứ giống như là lòng tự cao trí huệ, và có lẽ những người thế tục có nhận thức đúng đắn về điều này. Lý do chính của điều này là trong con người chúng ta, chân lý và tình yêu hiếm khi kết hợp với nhau.

Cũng có thể nói chính xác vì sao. Chân lý dễ dàng quyến rũ chúng ta vào trong một loại niềm vui sở hữu: Tôi đã lĩnh hội được điều này và điều kia, đã học được nó, đã hiểu thấu nó. Tri thức là quyền lực. Vì thế tôi hơn người khác là người không biết điều này điều kia. Tôi có những khả năng lớn hơn và cũng có những cám dỗ lớn hơn. Bất kỳ ai liên hệ tới chân lý – như những nhà thần học chúng ta – đều dễ dàng chìu theo tâm lý của một kẻ sở hữu. Nhưng tình yêu thì ngược lại với ý muốn sở hữu. Tình yêu là ban cho chính mình. Tình yêu không tự khoe mình, nhưng hạ mình xuống.

Đó gần như là một điều ác, ngay cả trong trường hợp của nhà thần học, khi mà niềm vui sở hữu giết chết tình yêu. Đó là điều ác bởi vì chân lý của thần học liên quan tới tình yêu của chính Đức Chúa Trời, tới việc Ngài xuống trần, sự tìm kiếm của Ngài, việc Ngài quan tâm đến các linh hồn. Như thế nhà thần học, nhất là nhà thần học trẻ, lâm vào cuộc xung đột nội tâm kinh khủng. Anh ta học về Đấng Christ học, điều đó có nghĩa là anh ta bận bịu với Đấng Cứu Thế của tội nhân và người Anh của những người hư mất. Liên hệ với điều anh ta học, chúng ta có thể nói đó là công thức Can-xê-đôn (Chalcedonian formula - Chúa Giê-xu có nhân tánh trọn vẹn và thần tánh trọn vẹn) và hình thức-lịch sử của Trí Huệ phái. Và trong khi sở hữu chân lý này, anh ta xem thường – tất nhiên, theo cách cao siêu nhất – những Cơ Đốc nhân đơn sơ cầu nguyện với Đấng Cứu Thế của tội nhân này và bám víu vào từng – thậm chí có thể là truyền thuyết – phép lạ của Ngài.

Trong suy ngẫm tách biệt của mình, nhà thần học cảm thấy mình cao cấp hơn những người này, là những người mà trong mối quan hệ cá nhân của họ với Đấng Christ, họ đã hoàn toàn phớt lờ vấn đề Chúa Giê-xu lịch sử hoặc việc loại trừ huyền thoại tính (demythologize) hoặc tính khách quan của sự cứu rỗi.

Thái độ khinh thị này là một *căn bệnh tâm linh* thật. Nó nằm trong sự xung đột giữa chân lý và tình yêu. Sự xung đột này hoàn toàn là *căn* bệnh của các nhà thần học. Giống như căn bệnh của một đứa trẻ, nó thường đặc biệt nghiêm trọng. Ngay cả những mục sư đã được phong chức cũng vẫn có thể bị nhiễm căn bệnh này mà không có sức lực để làm giảm đi sự tổn hại của nó.

Vài năm trước, có một sinh viên từ trường Tubingen thảo luận về Bultmann với ông chủ nhà của mình, một người tin kính vững vàng và giàu có từ Swabia. Có thể hiểu là vì bị khuấy động bởi thanh danh của Bultmann, ông ta đã thấy trong Bultmann hiện thân của điều ác. Bây giờ đột nhiên chàng sinh viên lại là Bultmannite (môn đệ của Bultmann) – nhân tiện, đây là một kiểu người mà ông chủ này hoàn toàn có đủ quyền để không hài lòng như là Karl Barth và Ritschl với tương ứng của họ là Barthians và Ritschlians (người theo trường phái của Karl Barth và Ritschl). Không phải là sự sôi sục của tinh thần thượng võ chân thật đã thúc đẩy chàng sinh viên giận dữ và nhiệt thành biện hộ với ông chủ hiểu lầm trầm trọng của mình. Thay vào đó là cảm xúc chiến thắng mang tính Pha-ri-si, khi anh ta ấn vào tay người không biết tiếng Hy-lạp quyển *Thần Học Tân Ước* của một giáo sư tại trường Mar-burg được đánh dấu xanh đỏ bên trong.

Mục đích của anh ta rõ ràng là để đè bẹp ông chủ nhà bằng ấn tượng của học thức uyên bác áp đảo mà ông ta không thể nào đạt tới, và như thế đẩy ông ta vào cảm xúc bất lực. Sự kết hợp giữa sự bất lực về mặt tri thức của người chủ tin kính và sự bối rối của ông về vấn đề tà giáo, là điều mà ông bị buộc phải nhìn nhận khi nó được phóng to hơn trong những hàng gạch dưới xanh đỏ, chắc chắn tạo ra một niềm vui tàn nhẫn trong chàng sinh viên của chúng ta – và sự tức giận trong ông chủ tin kính đó.

Không ai bảo đảm rằng niềm vui thích đáng ngờ này của chàng sinh viên này có chút gì liên quan đến tình yêu Cơ Đốc dành cho người lân cận của mình, cho dù là trong hình thức đã được loại bỏ tính huyền thoại (demythologize – chỉ theo nghĩa kinh nghiệm bình thường). Mục đích hành động của anh ta không phải là để truyền đạt cho người kia một số hiểu biết mà các nhà thần học chúng ta đang hướng đến, hoặc để nhẹ nhàng dẫn dắt ông đi vượt quá phạm vi hiểu biết của ông trước kia, nhưng là để làm cho ông ta thấy mình bất lực – bởi vì học vấn của ông trước đây không ngang bằng với tác phẩm đang bày ra trước mặt ông – và để bóp nghẹt ông ta, có lẽ chỉ cần những lý lẽ rất đơn giản chống lại việc nghiên cứu phê bình lịch sử của Kinh Thánh bằng cách đưa ra những lập luận phủ đầu đầy ấn tượng và hống hách.

Ở đây chân lý được dùng như một phương tiện để giành chiến thắng cá nhân và đồng thời là một phương tiện để giết chết, là điều có thể hoàn toàn tương phản với tình yêu. Vài năm sau điều đó sẽ sản sinh ra một loại mục sư không phải để chỉ dẫn mà là phá hoại hội thánh. Và nếu các trưởng lão, hội thánh, và những người trẻ bắt đầu rên rỉ, nếu họ phản đối với các thẩm quyền hội thánh, và cuối cùng bỏ nhóm, thì chàng trai trẻ này chính là một Pha-ri-si không chịu lắng nghe.

Ngược lại, anh ta đưa mắt đắc thắng nhìn các hàng ghế trống và tự nói với mình: "Hỡi linh hồn ta, không có gì đáng phải lo, bởi chân lý người đã tạo ra một vụ bê bối chính đáng và có thể tự cho mình là công chính," hoặc thậm chí, "Lạy Đức Chúa Trời, con cảm ơn Ngài, vì con không phải là người bắt chuột hoặc người nói lời êm tai giống như những đồng sự đằng kia mà nửa thành phố chạy theo ông ta. Những hàng ghế trống của con làm chứng cho con."

Những anh em trong giới chức mục sư thật, là những người trung thành không đi chệch hướng đang kiệt sức trên mảnh đất chai cứng nên tha thứ cho tôi vì lời bình luận trên. Tôi không có ý nói đến họ, họ có một bản chất khác. Giống như những em bé có thể ngợi khen Đức Chúa Trời, những hàng ghế trống có thể làm chứng cho lòng trung thành của người đại sứ của Đức Chúa Trời, nhưng theo một cách khác hẳn so với những người có những lập luận biện chứng phiền phức.

Chương 7

Sự Khôn Ngoan của Thế Gian như Một Trợ Thủ của Đức Tin

Sự chống đối của những Cơ Đốc nhân bình thường đối với thần học cần phải được xem xét cách nghiêm túc từ một tầm nhìn khác. Bên cạnh những lập luận từ kinh nghiệm mà chúng ta vừa mô tả, cũng có một loại chủ nghĩa hoài nghi dựa trên *nguyên tắc*. Những điều được biểu thị bởi chủ nghĩa hoài nghi được lập luận như sau:

Vì sao phải thêm vào đức tin một loại tri thức đặc biệt để hỗ trợ cho nó? Phải chăng thật kiêu ngạo khi cho rằng chỉ có những công cụ phê bình Kinh Thánh thấu triệt mới có thể lập được những nền tảng vững vàng, làm căn bản cho đức tin? Phải chăng điều này có nghĩa là làm cho tri thức của thế gian trở thành người thầy của Lời Đức Chúa Trời? Nói theo cách này thì tất nhiên sự chống đối thần học này đúng là lời phát biểu ngờ nghệch. Nhưng không phải vì vậy mà chúng ta để cho bị ngăn trở việc phát hiện ra một câu hỏi thực tế rằng có nên cảnh giác trước sự tự phê bình của chúng ta không.

Nếu hỏi vì sao cần có sự hỗ trợ khoa học cho đức tin, thì với câu hỏi này, trên thực tế chúng ta có thể đánh mất mục đích của công tác thần học của chúng ta. Nói chung, dù sao cũng chúng ta không có mong muốn làm xói mòn đức tin về mặt thần học. Nhưng chúng ta tự hỏi liệu điều gì nằm dưới sự chống đối của những người "tin kính".

Họ không quan tâm gì hơn là "chỉ đức tin mà thôi" và "chỉ Kinh Thánh mà thôi". Họ hoài nghi về thần học vì nó muốn kiềm hãm sự dũng cảm mạo hiểm của đức tin qua việc đem tri thức đến như là một đồng minh của nó. Họ cảm thấy rằng vì cớ các tiêu chuẩn của con người, như là tính chất dễ hiểu hoặc tính hợp lý, thì tính "chỉ Kinh Thánh mà thôi" bị yếu đi, và như thế sự khôn ngoan của thế gian sẽ chiếm quyền ưu tiên như một tiêu chuẩn chi phối trong việc nghiên cứu Kinh Thánh. Về điều này, có thể có một vài điều hồi tưởng lại các hình thức thần học của thời kỳ Khai Sáng, là điều mà hầu như đã qua đi trong thời chúng ta, nhưng những khuynh hướng thỏa hiệp của nó vẫn còn ảnh hưởng đến những người đơn sơ thuộc thế hệ thứ ba, thứ tư hoặc xa hơn nữa.

Mặt khác, ai cũng biết rằng những câu hỏi mang tính phê bình này không bao giờ được trả lời theo nghĩa tuyệt đối cả. Chúng ta phải đặt chúng trong cách thấm nhuần và không thỏa hiệp với những giả thiết khác nhau giữa vòng các nhà thần học đương thời của chúng ta. Ví dụ, những nguyên tắc giải nghĩa đang thịnh hành ngày nay trong lĩnh vực thần học Tân Ước rõ ràng là mang những dấu vết của sự khôn ngoan thế gian.

Hơn nữa, khi chúng ta lắng nghe những lời phản kháng được phát biểu một cách quá ngờ nghệch này – thì nền tảng không thể công kích cuối cùng đó sẽ bị phân tích bởi sự trợ giúp của phê bình Kinh Thánh, rằng như thế trong Lời của Đức Chúa Trời hẳn phải được thiết lập một lớp của những điều đáng tin, của lịch sử thật sự hoặc của phúc âm trên nền đá (kerygma) - chúng ta há không nghe điều mà Martin Kahler nói một cách đanh thép, với những lập luận cơ bản và uyên bác, chống lại điều gọi là phương pháp của phép trừ phê bình (critical subtraction) sao? Trong quyển sách nổi tiếng của ông, *Der sogenannte historische Jesus und der geschichtliche biblische Christus* (Điều được gọi là Chúa Giê-xu lịch sử và Đấng Christ thuộc Kinh Thánh của lịch sử), trong đó Kahler kêu gọi chú ý tới hai điểm.

Thứ nhất, đức tin chỉ có nghĩa khi là đức tin vô điều kiện, bởi vì nó liên quan tới số phận đời đời của chúng ta. Nó không thể dựa vào hoặc được quyết định bởi những kết quả thay đổi của sự điều tra về mặt lịch sử hoặc trào lưu khoa học. Thứ hai, Kahler trình bày cho chúng ta thấy rằng Đấng Christ không bị phân rẽ khỏi những tác động của Ngài, tức là khỏi sự giảng dạy sống động bởi Đức Thánh Linh và được vững lập trong hội thánh. Mục đích căn bản của các bản văn phúc âm vì thế đã bị hiểu sai nếu như chúng không được đánh giá là lời chứng của đức tin mà là những bản ghi chép về những vấn đề lịch sử và tiểu sử.

Cũng vậy mọi phương pháp nghiên cứu phải được xác định bởi chủ đề của nó, chúng ta cũng phải coi trọng sự thật rằng "chủ đề" chủ đạo của thần học, Đức Chúa Giê-xu Christ, chỉ có thể được quan tâm đúng đắn nếu chúng ta sẵn sàng gặp Ngài tại nơi Ngài đang hành động, tức là trong hội thánh Cơ Đốc. Chỉ có Con mới biết Cha là ai; chỉ có đầy tớ mới biết chủ là ai. Ngoài sự phê bình của Kahler tại những điểm đặc thù ra, là điều mà chúng ta sẽ nói thêm, ông cũng đã nói cách đanh thép rằng lịch sử được tái dựng bên ngoài đức tin không thể là nền tảng của đức tin, và vì thế không thể có chuyện như là sự hợp tác khoa học với tư cách là sự ủng hộ hoặc sự miễn trừ của đức tin, nhưng mọi nỗ lực thần học phải được ràng buộc với hành động của chính đức tin.

Chương 8

Bản Năng của Con Cái Đức Chúa Trời

Nói cách khác, thần học có thể không bao giờ "chứng minh" cho việc rao giảng, nhưng có cùng quan điểm như rao giảng; nó cũng là một lời chứng, nhưng thông qua những phương pháp và phương tiện khác. Vì vậy tính chất khoa học của nó, mối liên hệ đúng của nó với chủ đề của nó, tính khách quan đúng nghĩa của nó, chỉ được biểu lộ nếu nó xem mình là một lời chứng hoạt động qua sự suy ngẫm. Và tính chất khoa học này không bao gồm bất kỳ một tham vọng thêm vào việc nghiên cứu thần học một số chương viết đầy về những điều tra nghiên cứu về "tính độc lập của đức tin." Trong bất kỳ trường hợp nào đây là sự thật chắc chắn của thần học giáo điều. (Tuy nhiên việc trình bày và chứng minh một cách chi tiết là nhiệm vụ của môn giáo điều)

Tôi muốn nói thêm là hội thánh có quyền để hỏi chúng ta, ngay cả khi hội thánh không và không thể hiểu chi tiết về công việc của chúng ta; vì chúng ta theo đuổi việc nghiên cứu thần học của mình giữa vòng hội thánh và chắc chắn là với tư cách thành viên của hội thánh đó. Vì thế những câu hỏi này, dù nó thiếu chi tiết về những mối quan tâm thần học xác định, có thể rất thích đáng và cấu thành ngọn lửa mà qua đó chúng ta phải luôn luôn bước đi. Cuối cùng, tất cả những câu hỏi này có trong tâm trí đời sống Cơ Đốc của chúng ta đằng sau những suy ngẫm thần học của chúng ta. *Vì thế, chúng là những câu hỏi về tính lành mạnh của đức tin chúng ta. Hội thánh là mục sư của chúng ta.*

Thứ hai, những câu hỏi này vì thế phải được *xem trọng* và không bị dập tắt bởi vì sự "thiếu sót về chi tiết." Ví dụ, cá nhân tôi đã nhận hàng núi những bức thư hỏi về giải trừ huyền thoại tính (demythologize). Phần lớn những bức thư chứa đựng đầy dẫy sự ngu dốt cách đáng thương về vấn đề này, và thông thường, trong vấn đề này, sức công phá của tính kiêu ngạo thường được kết hợp – thậm chí giữa vòng các Cơ Đốc nhân – với loại ngu dốt đó. Nhưng bất chấp tất cả những điều đó, chúng mang dấu tích của điều mà tôi gọi là *bản năng thuộc linh của con cái Đức Chúa Trời.*

Tôi luôn ý thức rằng bản năng này không nên bị xem thường, và đứng trước nó tôi không thể lẩn trốn trách nhiệm của mình. Tôi muốn yêu cầu bạn đặt bản năng này bên cạnh mọi điều thuộc bản chất thần học mà bạn có lẽ có thể học từ môn học này, và cứ giữ một cuộc đối thoại sinh động – thậm chí mang tính thần học – với con cái bình thường của Đức Chúa Trời. Sự che đậy mang tính bí truyền dựa trên sự xảo trá rằng "tôi không thể kỳ vọng người ta ngang bằng với điều này" có thể thậm chí dẫn tới việc xúc phạm chống lại những kẻ nhỏ nhất này, là những người mà Chúa Giê-xu đã vẽ ra bức tranh quan trọng về cái cối đá.

Chương 9

Tính Cao Quý và Khó của Giáo Điều

Tuy nhiên, thần học không chỉ là một điều đáng sợ, như nó vẫn thường thấy trong mắt của cộng đồng tín hữu, nhưng nó cũng là một đối tượng có sức quyến rũ. Một nhà thần học nổi tiếng từng nói rằng giáo điều là một khoa học cao quý và khó. Thật vậy, trước hết, đó là vì mục đích của nó. Nó suy ngẫm về những điều cuối cùng; nó thắc mắc rằng lẽ thật về số phận hiện thời và đời đời của chúng ta nằm ở đâu. Hình cung của câu hỏi này khởi điểm từ buổi bình minh của sự sáng tạo thế gian trải dài cho đến buổi hoàng hôn của thế giới trong ngày phán xét cuối cùng; nó chạm đến những điều nhỏ nhặt nhất - lời cầu nguyện về thức ăn hằng ngày, đến những điều vĩ đại nhất - lời cầu nguyện về sự hiện đến của Vương quốc Đức Chúa Trời.

Nhưng giáo điều là khoa học cao quý và khó cũng bởi vì *chủ đề* của nó. Nó giả định trước về việc nghiên cứu mang tính khoa học và tôn giáo của các bản văn Kinh Thánh, nó suy tư về tư tưởng của hội thánh trong suốt hai ngàn năm qua, nó đưa ra những thuật ngữ cùng với triết học và nghệ thuật, nó nghiền ngẫm về những vấn đề đương thời, nó thẩm tra xem người đang đối mặt với nó là ai và khám phá nơi sâu thẳm trong cuộc sống của anh ta. Con người không có gì xa lạ với nó, nếu nó là giáo điều thật và không chỉ là sự nói lại và làm mới những bản văn Cải chánh và chính thống. Những nan đề của giáo điều thật không bao giờ tự sản sinh như bởi một nữ đồng trinh, nhưng phải thông qua một quá trình thai nghén, quặn thắt bởi những câu hỏi của thời đại. Nó hiện hữu trong trạng thái căng thẳng của cuộc sống.[1]

Hơn nữa, giáo điều là một kỷ luật mang tính *hệ thống*, tức là nó cố gắng gộp toàn bộ nghiên cứu về sự khải thị và ấn định những chi tiết vào đúng chỗ của nó trong tổng thể. Vì thế, có thể nói rằng nó hoàn toàn chống lại óc môn phái, vì chắc chắn dấu hiệu rõ ràng của óc môn phái và tà giáo là hiện tượng đề cao hóa một thành viên trong vòng những người giảng dạy của tập thể, và tuyệt đối hóa họ. Điều đó làm cho cá nhân đó phát triển quá khổ bất thường và cuối cùng bị hủy hoại.

Vì cớ mục đích mang tính hệ thống này, giáo điều sở hữu một hình thức kiến trúc. Nó dựng lên một tòa nhà mà cấu trúc của nó phải mang tính thuyết phục, tức là bày tỏ tính lô-gíc trong cấu trúc của nó, và là điều sở hữu một sức hấp dẫn thẩm mỹ cao ngay cả đối với những người chỉ có một chút hứng thú về những chuyện vấn đề liên quan đến văn hóa. Trong trường hợp của tôi, tôi hẳn xem một

---

1. Xem chương "Ý nghĩa của giáo điều là gì và vì sao nó được nghiên cứu?" trong sách *Theologie der Anfechtung* (*Thần học về sự Cám Dỗ*), Tübingen, 1949.

người là quê mùa nếu người ấy không có chút xúc động gì về thẩm mỹ khi đối diện với cấu trúc cùng với những thanh dọc ngang, với những sự tỷ lệ cân đối và tính đối xứng trong cuốn *Dogmatics* của Schleiermacher.

Nhưng nếu bây giờ tôi đang ca ngợi giáo điều, nếu tôi nói về sự quyến rũ thần kỳ của nó và hầu như mạo hiểm làm người nhiệt thành, thì một lần nữa một câu hỏi quyết định được đặt ra cho đời sống thuộc linh của chúng ta. Vì một lần nữa, sự quyến rũ này đem chúng ta, từ một hướng khác, đối mặt với vấn đề mà từ đầu tôi đã mô tả bằng từ ngữ đáng chú ý "kinh nghiệm đầu tiên" và "kinh nghiệm của nhận thức."

Trong khi chúng ta bị khuất phục bởi một ý tưởng thần học – giả sử như bởi ý tưởng của Luther về "sự phán xét cứu chuộc" (*servum arbitrium*), hoặc sự dạy dỗ của Kierkegaard về nghịch lý và sự truyền đạt trực tiếp, chúng ta dễ dàng quên rằng chúng ta đang bị làm cho mê mẩn chỉ bởi *hình thức* của đức tin đến với chúng ta trong sự suy ngẫm. Tính sẵn sàng của chúng ta phối hợp với hình thức của sự suy ngẫm và làm cho chúng ta bị cuốn đi bởi nó, và được phước một cách tri thức, điều đó không có nghĩa là chúng ta được chính đức tin căn bản dẫn đưa.

Việc bị say mê bởi bức tranh phong cảnh của tư tưởng Cơ Đốc nguyên thủy là điều khả dĩ, như là bởi những chiếc bóng đổ dài trong ánh chiều tà của thế giới, bởi sự phán xét gần đến của thế giới, được vẽ lên trên bức tranh này. Vì vậy việc trở thành một người theo chủ nghĩa lãng mạn lại thế và một người tâm thần khải thị là điều khả thi. Sinh viên thân mến, thực sự có những trường hợp này mặc dù vì lịch sự không cho phép tôi nêu tên làm ví dụ cho các bạn. Tuy nhiên, một người như thế không hiểu thấu được giá trị nhỏ nhất của việc sống trên chiến trường của Chúa phục sinh là gì, giữa sự giáng sinh và sự tái lâm, chờ đợi và cầu nguyện với tư cách là một Cơ Đốc nhân.

Những thành viên có ân tứ, có khải tượng, nhiệt thành của lớp sơ đẳng về giáo điều là những người rất dễ dàng ăn nuốt sự quyến rũ thần kỳ của tư tưởng - điều bỏ qua trọng lượng cụ thể thật của thực chất đức tin của nó. Đó là điều làm cho những buổi thảo luận của sinh viên thần học thường kỳ quặc đối với một người lớn tuổi hơn. Họ tạo ra một ấn tượng với người đó giống như một cuộc chiến giữa những cái bóng mà phía sau chúng không có những cơ thể sống thật sự.

Chương 10

Mối Nguy của Thẩm Mỹ Học

Tôi tự hỏi mình có nên nói điều này hay là giữ nó cho mình. Vì tôi không nên tước đi trận chiến thuộc linh tươi mới của nó, tôi cũng không muốn thấy tính thẩm mỹ và sự nhiệt thành tri thức và phước hạnh của tình yêu tri thức của Đức Chúa Trời bị thay thế bằng sự tưởng tượng mệt mỏi của con người cũ, về điều đó, tôi hy vọng bạn sẽ không nghi ngờ tôi. Tại điểm này cho phép tôi phơi bày sự giãn nở tri thức của nhà thẩm mỹ thần học – và ai có thể cho rằng những kiểu mẫu này không được tìm thấy trong nhiều giảng đường thần học? – như một chứng bệnh thực sự, mặc dù nhiều khi nó có thể chỉ là một cơn sốt lành tính.

Yêu cầu của tôi đơn giản như thế này: mọi ý tưởng thần học tạo một ấn tượng trên bạn phải được coi như một thách thức cho đức tin của bạn. Đừng cho đó như là một vấn đề tất nhiên mà bạn tin rằng bất cứ điều gì gây ấn tượng cho bạn về thần học đều khai sáng cho bạn về tri thức. Nếu không, bạn đột nhiên trở thành người tin Luther hoặc một trong các giáo sư thần học của bạn, không còn tin nơi Đức Chúa Giê-xu Christ.

Một trong những kinh nghiệm khó nhất cho một thầy dạy thần học đó là để cho cuộc chiến đấu phát sinh từ thần học tốt và đáng tôn trọng – chắc chắn không chỉ thần học phóng túng mới xù lông lên với tà giáo – vì những lý do tôi đã nêu, đe dọa đời sống cá nhân của đức tin chúng ta. Đức tin phải có ý nghĩa đối với chúng ta nhiều hơn là một loại hàng hóa được chứa trong những hộp thiếc của sự suy ngẫm hoặc những chai của các sách giáo khoa, rồi vào lúc nào đó nó được tái tạo trong bộ não.

Đồng thời, một kiểu suy nghĩ hoàn toàn mới xâm chiếm chúng ta. Chúng ta không còn nói, "Lạy Đức Chúa Giê-xu Christ, Ngài đã hứa," như một người cầu nguyện, nhưng nói "Sứ điệp Phúc Âm bày tỏ cho chúng ta thế này thế kia." Chừng nào sự khác biệt này còn là một phần kỹ thuật thủ công thần học của chúng ta, thì không có sự chống đối nào có thể thực hiện được với nó. Kỹ thuật này trước hết cần những mật mã thiết yếu và từ vựng mang tính học thuật đã được thỏa thuận trước. Vì vậy trong công tác của chúng ta, chúng ta không thể cứ liên tục nói trong ngôn ngữ của nghi thức tế lễ. Trong khi đó, sự khác biệt này trở thành vấn đề lớn - một triệu chứng của đức tin có điều kiện của một người hoặc, hơn nữa, là một sự mất mát thực chất trong điều kiện của đức tin - đối với bao nhiêu người, là những người không có cách suy nghĩ này?

Chương 11

Nghiên Cứu Giáo Lý với Tinh Thần Cầu Nguyện

Một người nghiên cứu thần học, đặc biệt khi nghiên cứu giáo lý, nên xem xét cẩn thận liệu anh có ngày càng ít xem xét trong vai trò của đối tượng thứ ba và thay vào đó là trong vai trò của người thứ hai hay không. Các bạn hiểu ý tôi muốn nói đến điều gì. Việc chuyển từ một mức độ suy nghĩ tới một mức độ suy nghĩ khác, từ mối quan hệ cá nhân với Đức Chúa Trời tới một mối liên hệ chỉ đơn thuần mang tính tham khảo, thường được đồng bộ chính xác tại thời điểm mà khi đó tôi không còn đọc lời Kinh Thánh cho chính mình, mà chỉ là một đối tượng của những nỗ lực giải kinh. Đây là bước đầu tiên dẫn đến căn bệnh tồi tệ và phổ biến nhất của các mục sư. Vì các mục sư hiếm khi giải nghĩa bản văn như một bức thư được viết cho chính mình, nhưng ông đọc bản văn dưới áp lực của câu hỏi: bản văn này được sử dụng cho bài giảng như thế nào đây?

Tôi đã từng làm mục sư và cũng tự nhủ điều này với chính mình như thế. Chúng ta có thể nhớ rằng Anselm bắt đầu luận chứng của mình về Đức Chúa Trời trong sách *Prologue* bằng lời cầu nguyện, và vì thế giáo lý của ông là giáo lý mang tinh thần cầu nguyện. Sự thật vĩ đại này có thể bị hiểu sai nếu chỉ đơn thuần xem xét như một lời mào đầu mang tính gây dựng và vì thế là một dấu hiệu cho một loại tin kính đặc biệt. Ở đây Anselm không tìm kiếm điều gì khác hơn là điều gì đó phải thực sự mang tính thực tiễn về thần học: tư tưởng thần học chỉ có thể biểu lộ trong bầu không khí của cuộc đối thoại với Đức Chúa Trời. [1]

Thực ra, phương pháp thần học được biểu thị bởi thực tế rằng phương pháp ấy phải tập trung vào điều Đức Chúa Trời đã phán, và giờ đây điều Đức Chúa Trời đã phán đó phải được hiểu và được đáp ứng. Nhưng nó chỉ có thể được hiểu khi tôi:

(1) nhận thức rằng điều đó được phán trực tiếp cho tôi, và

(2) dự phần trong việc đưa ra một đáp ứng. Việc lĩnh hội phương pháp thần học toàn diện chỉ xuất phát từ sự đối thoại này (Ga 4:9). Lưu ý rằng một khi một người nói về Đức Chúa Trời trong tư cách người thứ ba và lúc đó người ấy không còn nói với Đức Chúa Trời, nhưng là nói về Đức Chúa Trời là thời điểm mà câu này được nêu lên, "Có thật là Đức Chúa Trời đã phán không?" (xem Sáng 3:1). Điều này buộc chúng ta phải suy nghĩ.

Ngược lại với điều này, Chúa Giê-xu, Đấng bị đóng đinh, ngay trong sự tăm tối cùng cực vì bị Đức Chúa Trời từ bỏ,

---

1. Giáo trình của tôi về giáo điều bao gồm một chương nói về *Prologue* của Anselm.

Ngài vẫn không nói với con người, không phàn nàn *về* Đức Chúa Trời này là Đấng đã từ bỏ Ngài. Nhưng trong thời điểm đó Ngài nói *với* Đức Chúa Trời trong ngôi thứ hai. Ngài gọi Đức Chúa Trời là *Đức Chúa Trời Tôi* và thậm chí biểu lộ sự phàn nàn của mình trong lời của Đức Chúa Trời, cho thấy mối liên hệ giữa Ngài và Cha là trọn vẹn. Quan sát này cũng nên khiến chúng ta suy nghĩ.

Trong lịch sử thần học ngày nay, điều tương tự cũng xảy ra, có thể kể đến là sự chuyển tiếp từ bên thứ hai đến bên thứ ba là điều có thể thấy trong hiện tượng gọi là trường phái lịch sử của các tôn giáo. Dù điều này hiếm khi được giải nghĩa theo cách này trong bất kỳ biểu hiện lịch sử nào, tình trạng thiếu sức sống và tương đối hóa của Phúc Âm là kết quả của một thực trạng thuộc linh rất khó phát hiện và kín giấu. Vai trò của một người được đề cập đến một cách cá nhân qua sứ điệp thiên thượng bị thay đổi vì cớ vai trò của một người quan sát mang tính trung lập, và vì thế trên thực tế có một sự chuyển tiếp từ ngôi thứ hai sang ngôi thứ ba.

Hơn nữa, tôi tìm thấy một nguyên tắc trong phương pháp viết lịch sử của thần học – những người nghe bài giảng dạy của tôi biết điều này – rằng không chỉ là sự phát triển về các hình thức suy ngẫm thần học, như, sự đối mặt với chủ nghĩa duy tâm, với triết học hiện sinh, v.v., được phô bày như là một lịch sử thuộc linh chính thống, nhưng sự suy ngẫm thần học đó cũng phải được là sự lắng đọng của một phán quyết thuộc linh. Vì thế tôi mạo muội đưa ra định nghĩa: lịch sử thần học là lịch sử của những Cơ Đốc nhân và những quyết định của họ được thực hiện bằng việc thể hiện đức tin dưới hình thức của những nhận định, mà những nhận định này là kết quả của những quyết định đó.

Chương 12

Thần Học Thiêng Liêng và Thần Học Hiểm Ác

Nhưng nếu đúng như thế, tức là trong hoàn cảnh nào, cho dù tư tưởng thần học dứt khoát dựa trên bầu không khí của "đại từ nhân xưng ngôi thứ hai" và dựa trên sự thật rằng giáo lý thần học thiết yếu là một thần học được cầu nguyện (theo cách nói của Wilhelm Stahlin), thì điều này một lần nữa tự nhiên đưa ra lời tuyên bố về đời sống chúng ta là những Cơ Đốc nhân. Bất cứ ai thôi không làm một người thuộc linh tất nhiên sẽ tiến gần đến một thần học sai trật hơn, ngay cả về mặt tư tưởng đó là thần học thuần túy, chính thống và căn bản là Lutheran. Nhưng trong trường hợp đó cái chết đang ẩn náu trong bình nước.

Thần học có thể là một áo giáp siết chặt chúng ta và trong đó nó sẽ làm chúng ta bị tê liệt đến chết. Nó cũng có thể là – thực ra đây là mục đích của nó – bổn phận của hội chúng của Đấng Christ, phạm vi của nó và với nó là một bài hát ca ngợi những ý tưởng. Một trong hai điều đó tùy thuộc vào mức độ lắng nghe và cầu nguyện của các Cơ Đốc nhân phía sau nhiệm vụ thần học này. Là một Cơ Đốc nhân biết lắng nghe và cầu nguyện, mỗi người phải chiến đấu để không bị đè nát bởi thần học và vì thế, thay vì là một chiến sĩ Cơ Đốc, lại trở thành một xác chết trên bãi chiến trường.

Vì thế thần học thiêng liêng không phải là một từ được nói ra từ môi miệng chúng ta mà không suy xét. Thần học là công việc mang tính chất thuộc về con người, một nghề thủ công, và đôi khi là một nghệ thuật. Trong phần phân tích trước, nó luôn mang tính pha tạp. Nó có thể là thần học thiêng liêng hoặc thần học hiểm ác . Điều đó tùy thuộc vào những bàn tay và những tấm lòng của đối tượng xúc tiến nó. Nhưng một trong hai điều đó không nhất thiết được phô bày bởi thực tế rằng trong trường hợp này nó là chính thống và trong trường hợp kia là tà giáo. Tôi không tin rằng Đức Chúa Trời là một Đấng hay cầu kỳ bắt bẻ đối với các ý tưởng thần học. Ngài là Đấng ban sự tha thứ cho cuộc đời tội lỗi chắc chắn cũng sẽ phán xét bao dung đối với những nhận định thần học. Ngay cả một nhà thần học chính thống cũng có thể chết thuộc linh, trong khi có thể một người tà giáo bò trên những con đường hẻo lánh bị ngăn cấm lại tìm được nguồn sự sống.

Điều quan trọng hơn cả đó là một đời sống thuộc linh mạnh mẽ, trong mối giao thông gần gũi với Kinh Thánh và giữa cộng đồng Cơ Đốc, đứng vững như một nền tảng cho công tác thần học, và như thế những tư tưởng chưa được hình thành đó luôn bắt nguồn từ huyết mạch sự sống của nguồn đó – tất cả điều này trở nên rõ ràng đầy ấn tượng với tôi, đặc biệt là theo cách mà trong đó việc nghiên cứu phê bình sử tính của Kinh Thánh tác động đến những nhà thần học trẻ. Vì sao điều đó thường gây ra những vết thương nghiêm trọng, và đôi khi những vết thương gây chết người cho những tín hữu trẻ, trong khi chúng ta, những giáo viên thần học chúng ta lại không thể dung thứ cho bất kỳ ai trong những cuộc tấn công này?

Nếu một người đơn sơ nhưng có thuộc linh cơ bản, chẳng hạn như một người bạn sinh viên tin kính cũ hoặc một thành viên được giải phóng của Haln Community, có những thắc mắc về phê bình Kinh Thánh được giải thích và bày tỏ cho biết đến cuối cùng, tính hiệp nhất của những lời chứng Kinh Thánh sẽ bị tàn phá bởi nó, nhưng trái lại sự hòa hợp của những lời chứng và sự đầy trọn của sứ điệp lại được phong phú thêm, tôi tin rằng điều này sẽ không làm anh bị ngỡ ngàng. Có lẽ anh ta hẳn biết rằng thật ra anh ta đã được làm cho phong phú thêm.

Chương 13

Đỉnh Cao trong Công Tác Thần Học

Dường như đối với tôi có một lời giải thích đơn giản cho thực tế rằng ảnh hưởng của kiến thức này trong lứa tuổi của các sinh viên thường hoàn toàn khác và dẫn đến sự nhiễu loạn nghiêm trọng. Trước khi một sinh viên năm nhất non nớt thực sự nhìn vào tảng đá góc nhà của câu chuyện cứu rỗi của Kinh Thánh, ví dụ như câu chuyện Sáng Tạo hoặc câu chuyện về sự Sa Ngã, trước khi anh ta biết về độ cao An-pơ của những tư tưởng thiên thượng trong vẻ uy nghi của chúng, anh ta phải được làm quen với những phân tích về khoáng chất của tảng đá đó. Nhưng bất cứ ai nghiên cứu những thông tin địa chất trên bản đồ và đồ thị, và học về những công thức khoáng chất từ một loạt những bảng biểu trước khi anh ta leo lên núi An-pơ, thì khó có thể hiểu thấu được dãy An-pơ như thế nào.

Tôi thú thật rằng với tôi một trong những điều rắc rối không thể giải quyết được của việc nghiên cứu thần học là hình như không có cách nào – không phải vì những lý do thực hành thuần túy – để đến bên kia và bởi đó là hệ quả lành mạnh của những kinh nghiệm. Nhưng đó là điều quan trọng nhất để kiên trì một cách liên tục, và gần như tẻ nhạt mà một người theo đuổi các khóa thần học chán ngán trừ khi người đó đọc Kinh Thánh nhiều hơn bình thường và tận dụng mọi cơ hội, qua việc rao giảng và các lớp Kinh Thánh, để tảng đá góc nhà được bày tỏ.

Hãy hiểu điều tôi đã nói là lời khích lệ mở đầu. Ngoại trừ khi giảng dạy, tôi biết rằng tôi đã nói điều này, lẽ ra tôi nên tự trách vì không làm tròn bổn phận. Tôi không nên chạy trốn cảm giác què quặt đó mặc dù tất cả những ý tưởng thần học của tôi có lẽ không thể tấn công được – nhưng tôi không thể quả quyết cho dù nó rất đơn giản – tôi có thể đang dẫn bạn đi lạc về mặt thuộc linh. Bạn có thể lắng nghe một lớp thần học một cách đúng đắn, hoặc có thể nói là thích đáng, chỉ khi bạn đem việc đơn giản lắng nghe và nhìn cách đúng đắn này vào sự phân tích các ý tưởng.

Tại đây chúng ta đang làm việc như thể chúng ta đang ở trong một phòng thí nghiệm khoáng chất. Nhưng trong chừng mực mà việc phân loại kiến thức phải được lưu ý, thì tất cả đều sai trừ phi chính bạn leo lên dãy núi và hít thở bầu không khí ở đó. Tất cả chúng ta đều có thể hình dung ra những phòng thí nghiệm thần học và những người điêu khắc phác thảo trên băng mà hơi thở của họ như sắp chết. Tất cả chúng ta đều bị đe dọa của việc bị khô héo trong phòng thí nghiệm thay vì bước ra ngoài đỉnh cao của phòng kính và tìm sự sống ở đó. Tóm lại, hoặc là đồng tình với tính thiết yếu của thần học, hoặc là như người ta thích nói ngày nay, đó là "hợp thức hóa" thần học mà tại đó lớp học về giáo lý đầy ắp những sinh viên Cơ Đốc.

Các bạn sinh viên thân mến, tôi biết rằng việc bắt đầu một khóa học thần học như cách này là điều dị thường. Nhưng tôi phải đặt phần thực hành thuộc linh nhỏ này từ lúc khởi đầu vì tôi quen với việc hàng lớp những người nghe đã khiến tôi nhận ra nhu cầu tồn tại ẩn sau việc nghiên cứu thần học, và cũng vì tôi muốn biện minh cho mình trong công tác của tôi trước hội thánh của Đấng Christ. Trong vòng một năm rưỡi khi tôi dành thời gian cho những công tác quản lý trong môi trường phi Cơ Đốc, lúc đó tôi không thể lên lớp, đã đem đến cho tôi một tầm nhìn, trong đó tình huống này trở nên rõ ràng với tôi theo một cách đầy thôi thúc nhất.

Mối liên kết giữa nhà thần học và con người thuộc linh đến trong tôi với một sức mạnh rất mới mẻ. Tôi hy vọng rằng bạn cũng sẽ chú ý tới điều này, ngay cả khi chúng ta vượt qua những quãng rộng lớn trong phạm vi của tư tưởng trừu tượng và nếu lời khuyên giữ "vệ sinh" thuộc linh mà tôi cho phép mình từ lúc bắt đầu sẽ không lặp lại theo cùng một cách như vậy. Nếu muốn, bạn hãy giữ những lưu ý ban đầu này trong tâm trí như một phương châm để đứng vững trên mọi công việc của chúng ta về giáo lý thần học.

Công ty sách Cơ Đốc **Văn Phẩm Hạt Giống** chính thức ra đời vào tháng 4/2016 nhằm đáp ứng nhu cầu cấp thiết về văn phẩm Cơ Đốc có giá trị dành Cơ Đốc nhân người Việt với một sứ mệnh rõ ràng.

Văn Phẩm Hạt Giống sẽ cung cấp những văn phẩm Cơ Đốc:

- Có **giá trị cao, trung thành với sự dạy dỗ của Kinh Thánh, phù hợp** với nhu cầu và bối cảnh của các cộng đồng người Việt trong và ngoài nước.
- Nhằm **trang bị** từng cá nhân tín hữu Việt Nam **tăng trưởng đức tin** và **phát triển Vương Quốc Đức Chúa Trời.**

Tên gọi Hạt Giống vốn được truyền cảm hứng từ lời Chúa trong Mác 4:4. Lời của Đức Chúa Trời - Hạt Giống cứu rỗi - sẽ được những Cơ Đốc nhân gieo ra và trở lên lớn mạnh trong lòng người tin nhận.

Khi cho ra đời những văn phẩm có giá trị, chúng tôi ao ước chính mình sẽ là những người gieo trồng, kẻ tưới trong nhà Đức Chúa Trời. Chính Đức Chúa Trời sẽ hành động trong lòng độc giả khiến đời sống họ được biến đổi, lớn lên trong đức tin, được phước dư dật và đem phước hạnh ấy đến cho người khác (1 Cô. 3:5-9).

Với mong muốn phát hành nhiều hơn nữa những cuốn sách chất lượng, có giá trị cao tới cộng đồng, chúng tôi luôn cần sự cầu thay, giúp đỡ, nhận xét và đóng góp quý báu cho từng cuốn sách đã được xuất bản. Những lời làm chứng, chia sẻ về sự biến đổi đời sống trong năng quyền của Chúa khi quý vị đọc những cuốn sách này cũng sẽ là nguồn khích lệ lớn lao cho chúng tôi tiếp tục sứ mệnh của mình. Mọi tâm tình, ý kiến đóng góp, chia sẻ xin gửi cho chúng tôi theo địa chỉ:

nhabientap@vanphamhatgiong.com

hoặc chia sẻ với chúng tôi trên trang Facebook **Văn Phẩm Hạt Giống.**

Rất mong được đón nhận!

VĂN PHẨM Hạt Giống

CÁC SÁCH ĐÃ XUẤT BẢN CỦA VĂN PHẨM HẠT GIỐNG

Bức Tranh Lớn của Đức Chúa Trời (Vaughan Roberts) cung cấp công cụ hữu ích để độc giả có thể đọc và hiểu Kinh Thánh một cách toàn diện thông qua chủ đề quan trọng của cả Kinh Thánh: Chúa Giê-xu Christ và sự cứu rỗi của Đức Chúa Trời ban cho con người.

Sổ Tay Thuật Ngữ Thần Học Anh-Việt (ấn bản thứ hai) do nhóm tác giả Daniel C. Owens, bà Phạm Xuân Thiều, cô Nguyễn Thị Hải Vân biên soạn, cung cấp công cụ hỗ trợ cho độc giả trong việc đọc, hiểu các thuật ngữ thần học khi nghiên cứu các tài liệu thần học bằng tiếng Anh.

Bộ sách Ngữ Pháp Căn Bản Tiếng Hê-bơ-rơ và Bài Tập Thực Hành (Daniel C. Owens và Trần Nguyễn Hữu Thiên) là bộ sách hướng dẫn học tiếng Hê-bơ-rơ bằng tiếng Việt đầu tiên được chính thức xuất bản dành cho những người bắt đầu hành trình học hỏi và khám phá Kinh Thánh bằng tiếng Hê-bơ-rơ.

Tư Vấn Mục Vụ Có Chiến Lược (David G. Benner) cung cấp những hướng dẫn chi tiết thực hành mô hình tư vấn ngắn vừa mang tính chiến lược vừa mang tính Cơ Đốc rõ ràng. Đây là một cuốn sổ tay thực hành có giá trị về chăm sóc mục vụ và tư vấn dành cho cả Mục sư, lãnh đạo Hội thánh cũng như các anh chị linh hướng cho các ban ngành trong Hội thánh.

Liên hệ mua sách:

- **E-mail:** info@vanphamhatgiong.com
- **Website:** http://vanphamhatgiong.com
- **Mua sách trên trang lulu.com:** http://www.lulu.com/spotlight/Van_Pham_Hat_Giong
- **Facebook Page:** Văn Phẩm Hạt Giống